AF205469

Impressum
Verlag: BABADADA GmbH, Nedderfeld 112 , 22529 Hamburg
Geschäftsführer / Verlagsleitung: Harald Hof
Druck: Books on Demand GmbH, In de Tarpen 42, 22848 Norderstedt

Imprint
Publisher: BABADADA GmbH, Nedderfeld 112 , 22529 Hamburg, Germany
Managing Director / Publishing direction: Harald Hof
Print: Books on Demand GmbH, In de Tarpen 42, 22848 Norderstedt

trường học

colegio

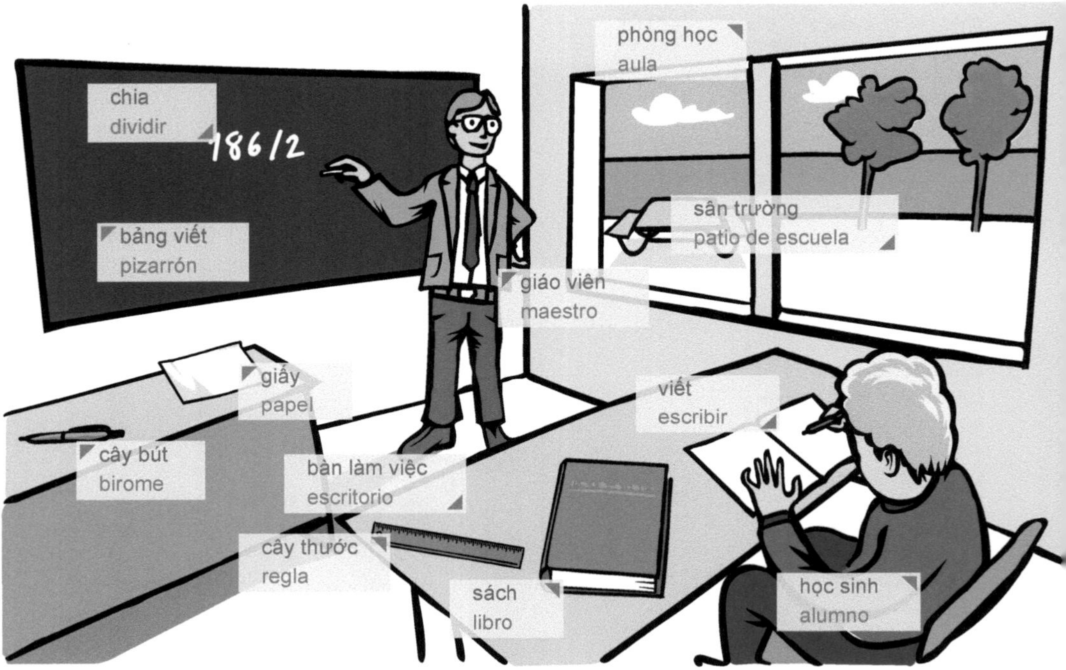

phòng học
aula
chia
dividir
186/2
bảng viết
pizarrón
sân trường
patio de escuela
giáo viên
maestro
giấy
papel
viết
escribir
cây bút
birome
bàn làm việc
escritorio
cây thước
regla
sách
libro
học sinh
alumno

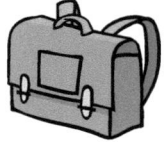

cặp đeo vai học sinh

mochila

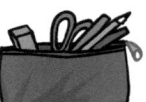

hộp đựng bút

caja de lápices

bút chì

lápiz

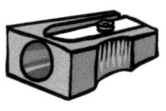

cái gọt bút chì

sacapuntas

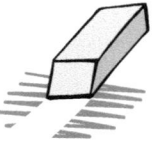

cục tẩy

goma (de borrar)

tập giấy vẽ

bloc de dibujo

bản vẽ

dibujo

cọ vẽ

pincel

hộp mực vẽ

caja de pinturas

cây kéo

tijera

keo dán

pegamento

sách bài tập

cuaderno de ejercicios

bài tập ở nhà

tarea

số

número

2+2

cộng

sumar

5-2

trừ

restar

2×2

nhân

multiplicar

tính toán

calcular

A

chữ cái

letra

ABCDEFG
HIJKLMN
OPQRSTU
VWXYZ

bảng chữ cái

abecedario

từ

palabra

văn bản

texto

đọc

leer

phấn viết

tiza

bài học

lección

sổ lớp

cuaderno de clase

thi kiểm tra

examen

chứng chỉ

certificado

đồng phục học sinh

uniforme escolar

giáo dục

educación

từ điển bách khoa

enciclopedia

đại học

universidad

kính hiển vi

microscopio

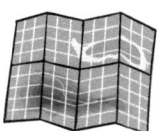

bản đồ

mapa

thùng rác giấy

tacho (de basura)

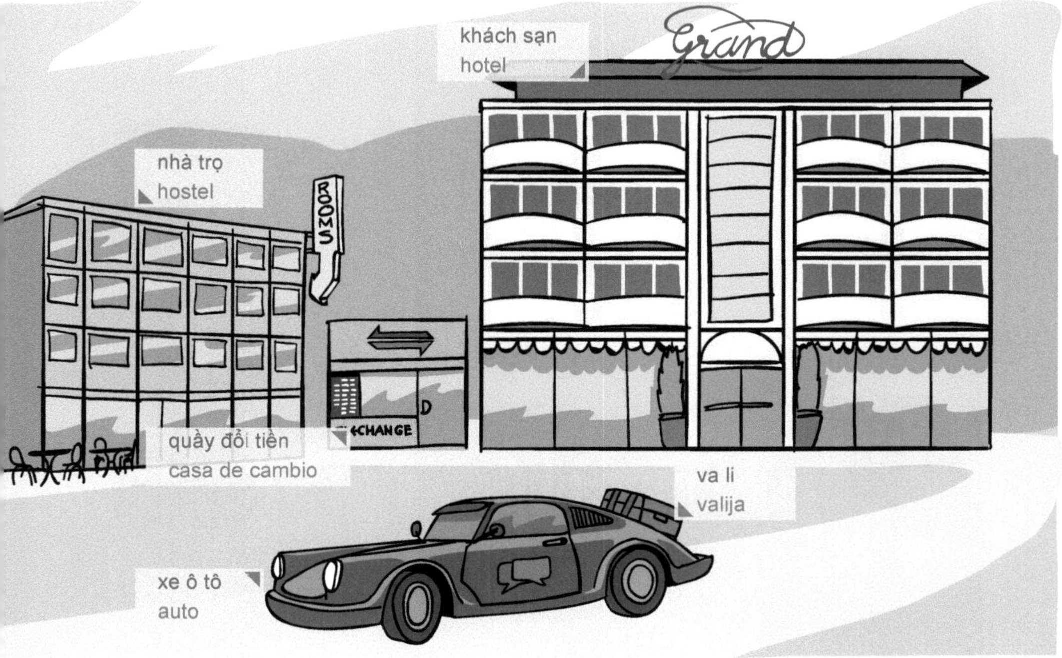

khách sạn
hotel
Grand
nhà trọ
hostel
ROOMS
quầy đổi tiền
casa de cambio
EXCHANGE
va li
valija
xe ô tô
auto

ngôn ngữ

idioma

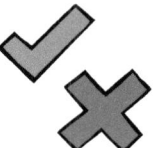

có / không

sí / no

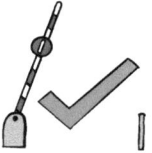

ô kê

Está bien

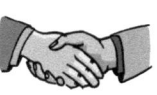

Xin chào

hola

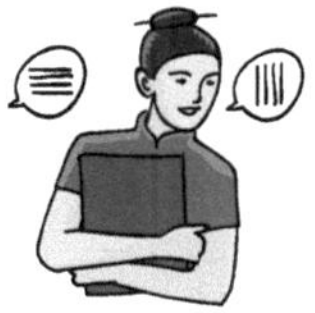

thông dịch viên

traductor

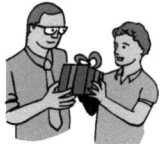

cám ơn

Gracias

... bao nhiêu tiều?

¿cuánto cuesta...?

tôi không hiểu

No entiendo

vấn đề

problema

Xin chào! (buổi tối)

¡Buenas tardes!

xin chào! (buổi sáng)

¡Buenos días!

chúc ngủ ngon!

¡Buenas noches!

tạm biệt

adiós

hướng đi

dirección

hành lý

equipaje

túi xách

bolso

túi ba lô

mochila

khách

invitado

phòng

habitación

túi ngủ

bolsa de dormir

lều

carpa

thông tin du lịch

información turística

bãi biển

playa

thẻ tín dụng

tarjeta de crédito

ăn sáng

desayuno

ăn trưa

almuerzo

ăn tối

cena

vé xe

pasaje

thang máy

ascensor

tem bưu điện

sello

biên giới

frontera

hải quan

aduana

đại sứ quán

embajada

thị thực

visa

hộ chiếu

pasaporte

vận chuyển

transporte

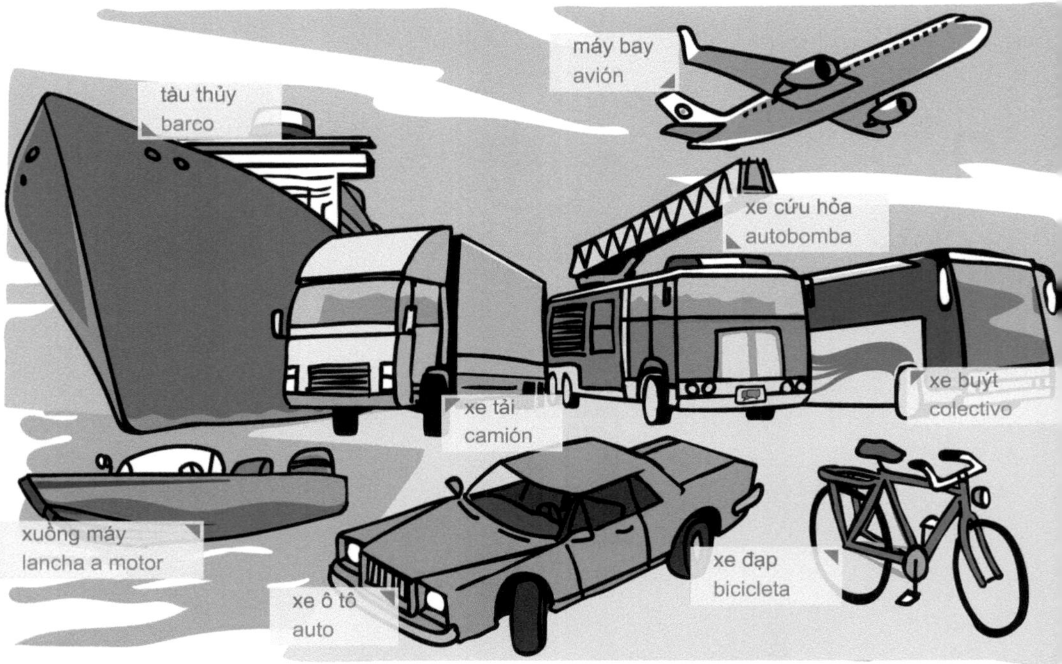
máy bay
avión
tàu thủy
barco
xe cứu hỏa
autobomba
xe buýt
colectivo
xe tải
camión
xuồng máy
lancha a motor
xe đạp
bicicleta
xe ô tô
auto

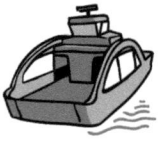

phà

ferry

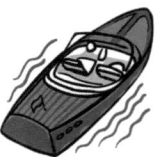

xuồng

bote

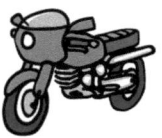

xe máy

moto

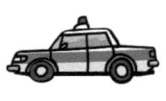

xe cảnh sát

patrullero

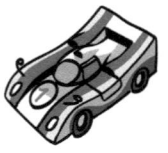

xe đua

auto de carreras

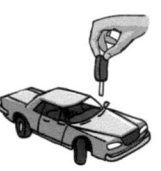

xe cho thuê

auto de alquiler

dịch vụ thuê xe tự lái

alquiler de autos

xe kéo cứu hộ

grúa

xe rác

camión de basura

động cơ

motor

xăng

nafta

trạm xăng

estación de servicio

biển báo giao thông

señal de tránsito

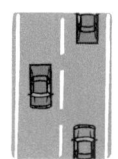

giao thông

tránsito

ách tắc giao thông

embotellamiento

bãi đậu xe

estacionamiento

nhà ga

estación de tren

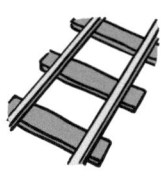

đường ray

vías

xe lửa

tren

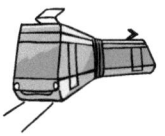

tàu điện

tranvía

toa xe

vagón

máy bay trực thăng

helicóptero

sân bay

aeropuerto

tháp

torre

hành khách

pasajero

côngtenơ

contenedor

thùng các-tông

caja de cartón

xe đẩy

carretilla

cái giỏ

canasta

cất cánh / hạ cánh

despegar / aterrizar

thành phố

ciudad

làng

pueblo

trung tâm thành phố

centro de ciudad

nhà

casa

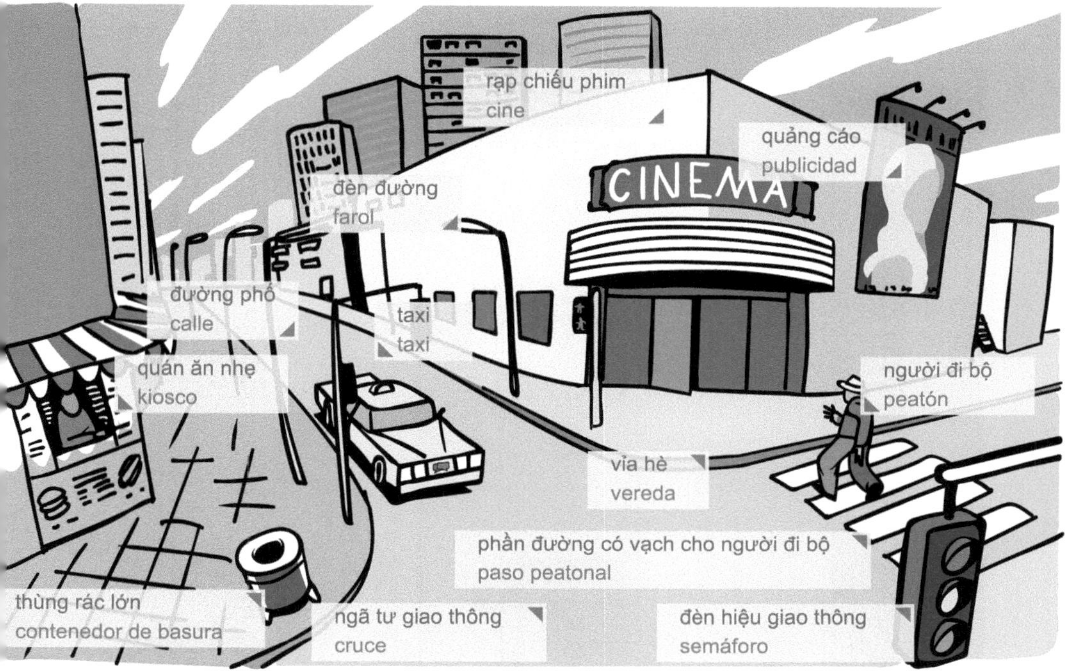
rạp chiếu phim
cine
quảng cáo
publicidad
CINEMA
đèn đường
farol
đường phố
calle
taxi
taxi
quán ăn nhẹ
kiosco
người đi bộ
peatón
vỉa hè
vereda
phần đường có vạch cho người đi bộ
paso peatonal
thùng rác lớn
contenedor de basura
ngã tư giao thông
cruce
đèn hiệu giao thông
semáforo

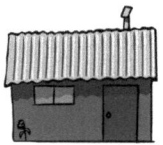

nhà chòi

cabaña

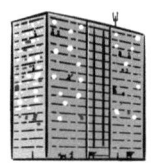

căn hộ

departamento

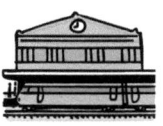

nhà ga

estación de tren

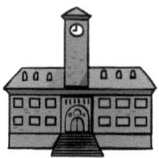

tòa thị chính

municipalidad

MUSEUM

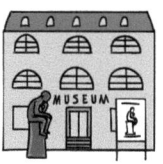

viện bảo tàng

museo

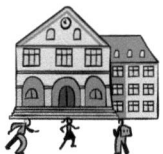

trường học

colegio

đại học

universidad

ngân hàng

banco

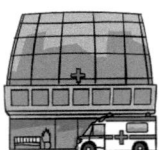

bệnh viện

hospital

khách sạn

hotel

hiệu thuốc

farmacia

văn phòng

oficina

hiệu sách

librería

cửa hiệu

negocio

cửa hiệu bán hoa

florería

siêu thị

supermercado

chợ

mercado

cửa hàng bách hóa

grandes tiendas

người bán cá

pescadería

trung tâm mua bán

centro comercial

bến cảng

puerto

công viên

parque

ghế băng

banco

cầu

puente

cầu thang

escaleras

tàu điện ngầm

subte

đường hầm

túnel

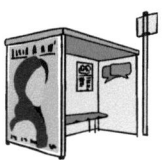

trạm xe buýt

parada del colectivo

quán bar

bar

khách sạn

restaurante

hòm thư công cộng

buzón

bảng hiệu đường

letrero

đồng hồ đậu xe

parquímetro

vườn bách thú

zoológico

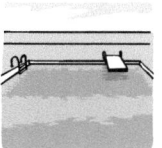

bể bơi

pileta

nhà thờ Hồi giáo

mezquita

nông trại
granja

ô nhiễm môi trường
contaminación

nghĩa trang
cementerio

nhà thờ
iglesia

sân chơi
juegos infantiles

ngôi đền
templo

phong cảnh
paisaje

lá cây
hoja

bảng chỉ đường
poste indicador

lối đi
camino

bãi cỏ
pradera

hòn đá
piedra

người đi bộ đường dài
excursionista

cây
árbol

sông
río

cỏ
hierba

bông hoa
flor

thung lũng
valle

đồi
montaña

hồ nước
lago

rừng
bosque

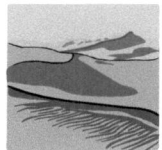

sa mạc
desierto

núi lửa
volcán

lâu đài
castillo

cầu vồng
arco iris

nấm
champiñón

cây cọ
palmera

con muỗi
mosquito

con ruồi
mosca

con kiến
hormiga

con ong
abeja

con nhện
araña

bọ cánh cứng

escarabajo

con ếch

rana

con sóc

ardilla

con nhím

erizo

con thỏ

liebre

con cú

lechuza

con chim

pájaro

thiên nga

cisne

heo rừng

jabalí

con hươu

ciervo

nai sừng tấm

alce

đê

presa

tuabin gió

aerogenerador

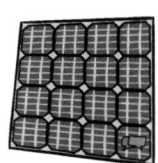

tấm năng lượng mặt trời

panel solar

khí hậu

clima

khách sạn
restaurante

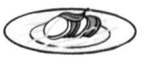

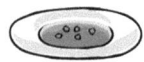

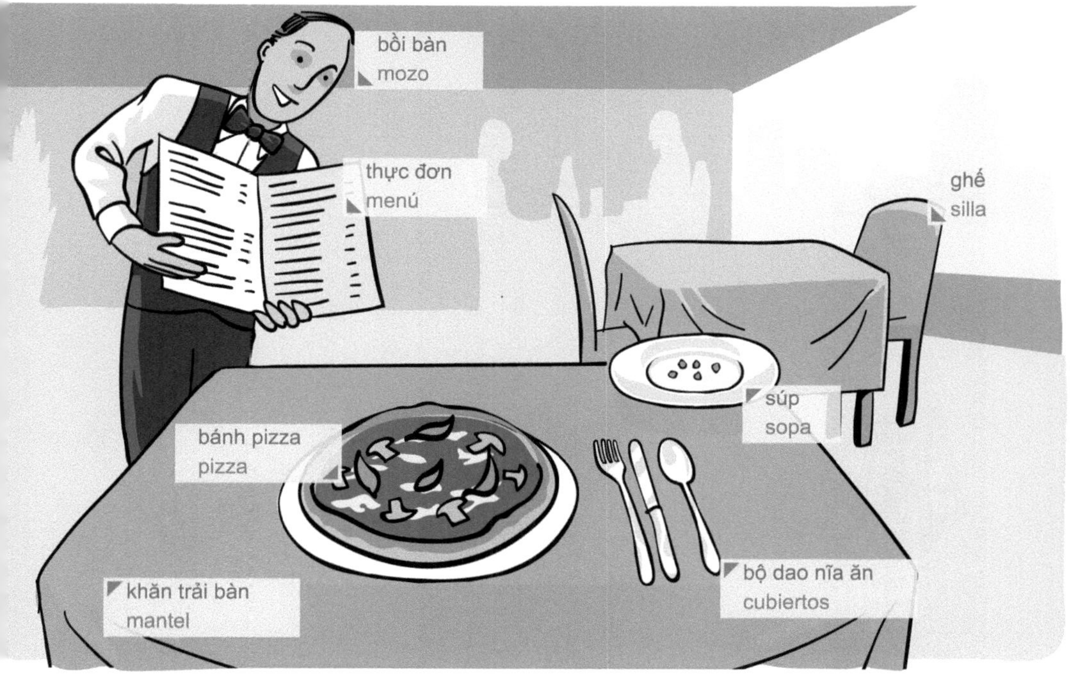
bồi bàn
mozo
thực đơn
menú
ghế
silla
súp
sopa
bánh pizza
pizza
khăn trải bàn
mantel
bộ dao nĩa ăn
cubiertos

món ăn khai vị

entrada

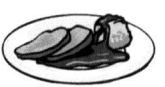

món ăn chính

plato principal

món tráng miệng

postre

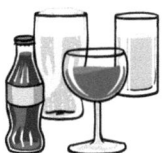

thức uống

bebidas

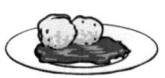

thức ăn

comida

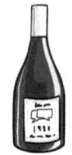

cái chai

botella

thức ăn nhanh

comida rápida

thức ăn đường phố

comida callejera

ấm trà

tetera

hộp đường

azucarera

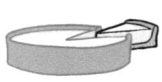

khẩu phần

porción

máy pha espresso

cafetera expreso

ghế cao

sillita alta

hóa đơn

cuenta

khay

bandeja

dao

cuchillo

nĩa

tenedor

thìa

cuchara

thìa uống trà

cucharita

khăn ăn

servilleta

cốc thủy tinh

vaso

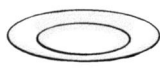

đĩa
plato

đĩa súp
plato hondo

đĩa lót cốc
plato

nước sốt
salsa

lọ muối
salero

cái xay tiêu
molinillo de pimienta

giấm
vinagre

dầu
aceite

gia vị
especias

nước xốt cà chua
kétchup

tương hạt cải
mostaza

nước sốt mayonnaise
mayonesa

siêu thị

supermercado

chào giá đặc biệt
oferta especial
khách hàng
cliente
FOR
sản phẩm từ sữa
lácteos
trái cây
fruta
xe đẩy mua sắm
changuito

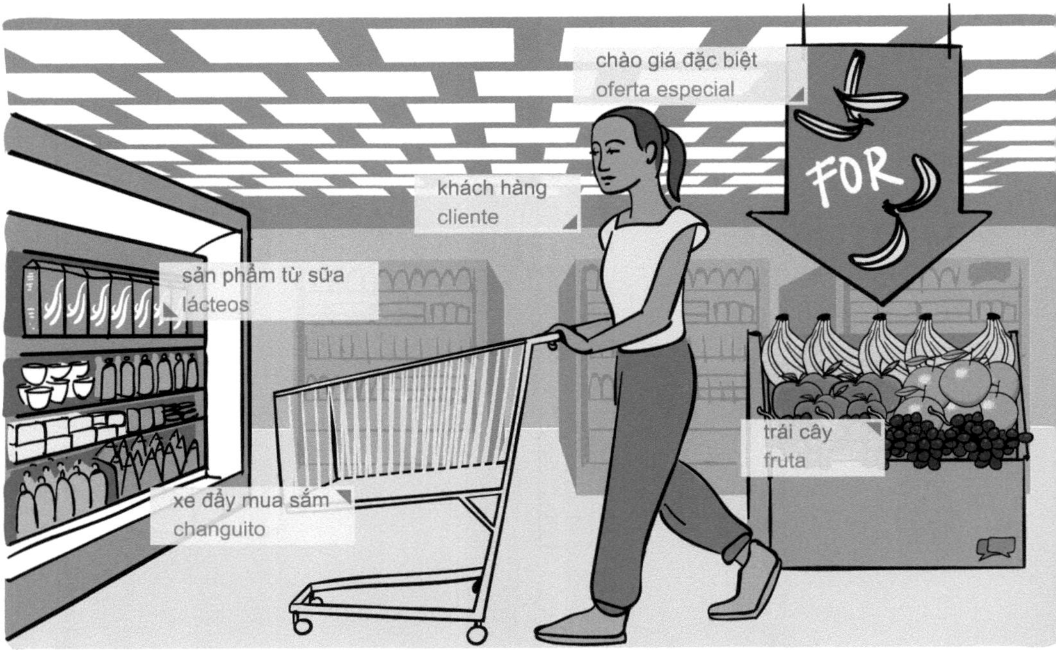

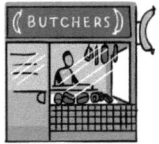

BUTCHERS

lò mổ

carnicería

BAKERY

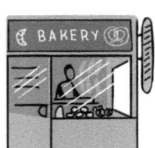

cửa hiệu bán bánh mì

panadería

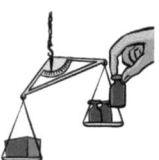

cân nặng

pesar

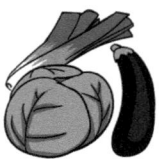

rau quả

verduras

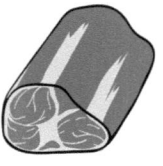

thịt

carne

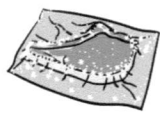

thức ăn đông lạnh

alimentos congelados

lát thịt nguội

fiambres

đồ hộp

alimentos enlatados

bột giặt

detergente en polvo

đồ ngọt

golosinas

sản phẩm dùng trong gia đình

electrodomésticos

chất tẩy rửa

productos de limpieza

người bán hàng

vendedora

quầy trả tiền

caja

nhân viên thu ngân

cajero

danh sách mua sắm

lista de compras

giờ mở cửa

horario de atención

ví tiền

billetera

thẻ tín dụng

tarjeta de crédito

túi đeo

cartera

túi ny lông

bolsa de plástico

nước

agua

nước quả ép

jugo

sữa

leche

coca-cola

bebida cola

rượu vang

vino

bia

cerveza

cồn

alcohol

cacao

cacao

trà

té

cà phê

café

espresso

café expreso

cappuccino

cappuccino

chuối

banana

quả táo

manzana

quả cam

naranja

dưa hấu

melón

chanh

limón

cà rốt

zanahoria

tỏi

ajo

tre

bambú

củ hành

cebolla

nấm

champiñón

hạt dẻ

nueces

mì

fideos

mì spaghetti

tallarines

cơm

arroz

xà lách

ensalada

khoai tây chiên

papas fritas

khoai tây chiên

papas fritas

bánh pizza

pizza

bánh hamburger

hamburguesa

bánh mì sandwich

sándwich

thịt côtlet

churrasco

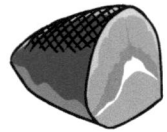

thịt giăm bông

jamón

xúc xích

salame

dồi

salchicha

gà

pollo

rán

asado

cá

pescado

cháo yến mạch

copos de avena

cháo muesli

muesli

bánh bột ngô nướng

copos de maíz

bột mì

harina

bánh sừng bò

medialuna

bánh mì

pancito

bánh mì

pan

bánh mì nướng

tostada

bánh bích quy

galletitas

bơ

manteca

sữa đông

cuajada

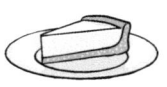

bánh ngọt

torta

trứng

huevo

trứng rán

huevo frito

pho mát

queso

kem

helado

đường

azúcar

mật ong

miel

mứt

mermelada

kem nougat

pasta de chocolate

cà ri

curry

nông trại
granja

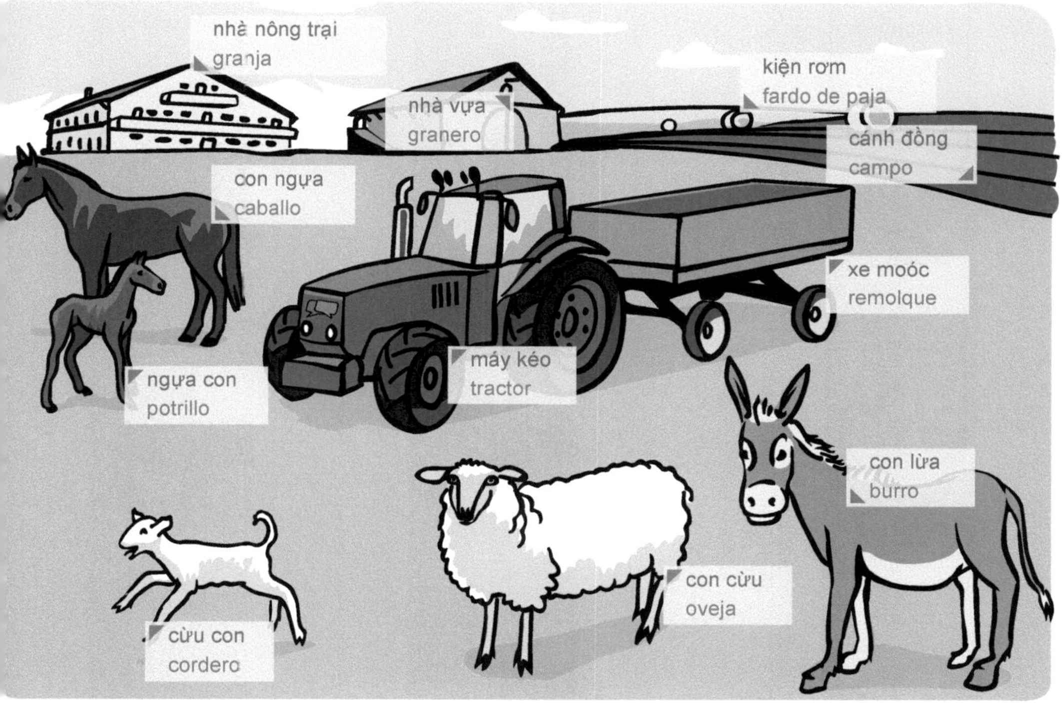
nhà nông trại
granja
kiện rơm
fardo de paja
nhà vựa
granero
cánh đồng
campo
con ngựa
caballo
xe moóc
remolque
máy kéo
tractor
ngựa con
potrillo
con lừa
burro
con cừu
oveja
cừu con
cordero

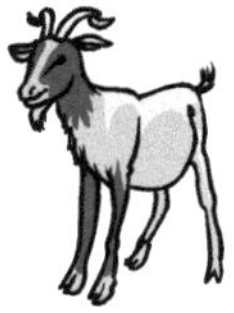
con dê
cabra

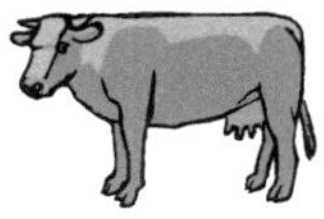
con bò
vaca

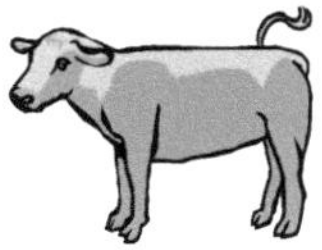
con bê
ternero

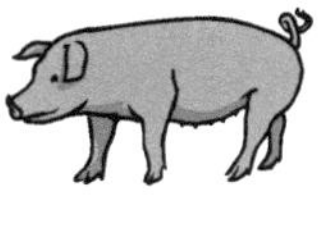
con lợn
cerdo

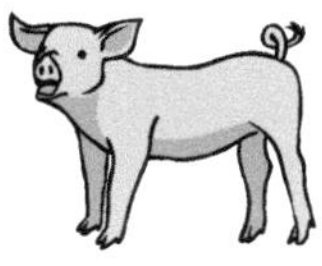
lợn con
lechón

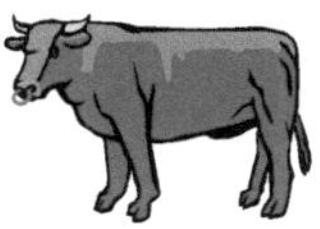
bò đực
toro

con ngỗng

ganso

con vịt

pato

gà con

pollo

gà mái

gallina

gà trống

gallo

con chuột

rata

mèo

gato

chuột nhắt

ratón

bò đực

buey

con chó

perro

nhà chuồng chó

cucha

ống tưới vườn cây

manguera

thùng tưới cây

regadera

lưỡi hái

guadaña

cái cày

arado

cái liềm

hoz

cái cuốc

azada

cái chĩa

horquilla

cái rìu

hacha

xe cút kít

carretilla

máng ăn

abrevadero

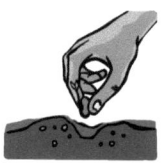

lọ sữa

lechera

bao tải

bolsa

hàng rào

reja

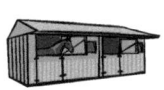

chuồng

establo

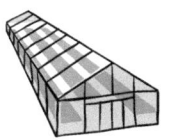

nhà kính trồng cây

invernadero

đất trồng

suelo

hạt giống

semilla

phân bón

fertilizador

máy gặt đập liên hợp

cosechadora

thu hoạch

cosechar

mùa thu hoạch

cosecha

khoai lang

batatas

lúa mì

trigo

đậu nành

soja

khoai tây

papa

ngô

maíz

hạt cải dầu

semilla de colza

cây ăn trái

árbol frutal

sắn

mandioca

ngũ cốc

cereales

nhà
casa

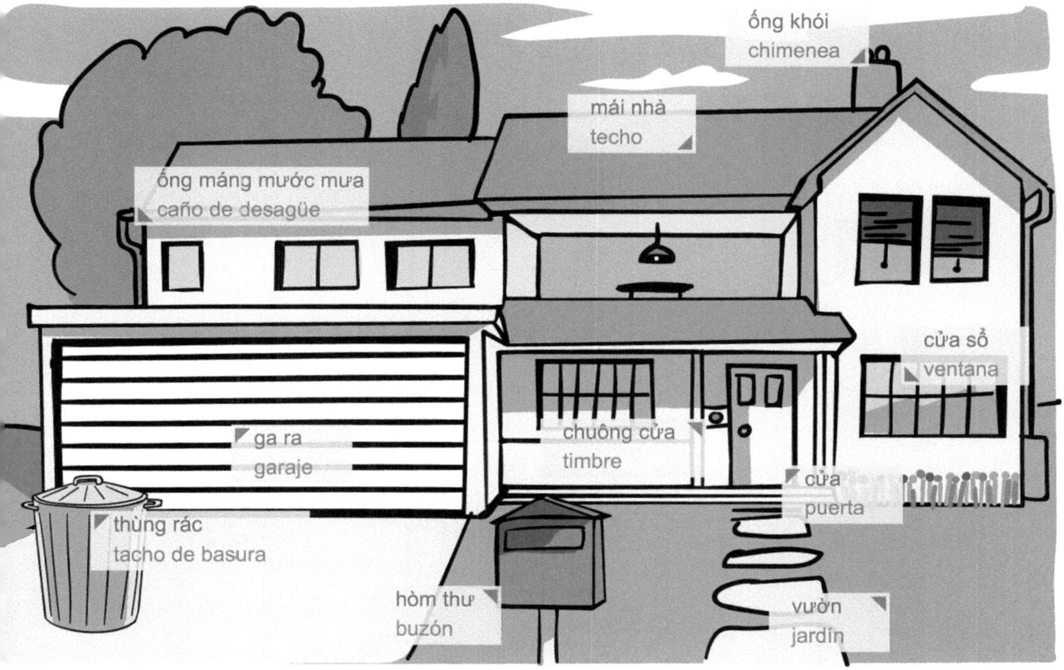
ống khói
chimenea
mái nhà
techo
ống máng mước mưa
caño de desagüe
cửa sổ
ventana
ga ra
garaje
chuông cửa
timbre
cửa
puerta
thùng rác
tacho de basura
hòm thư
buzón
vườn
jardín

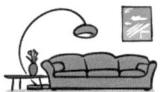

phòng khách

living

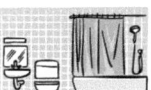

phòng tắm

baño

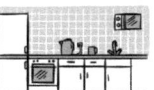

bếp

cocina

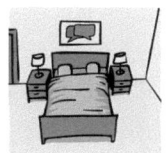

phòng ngủ

dormitorio

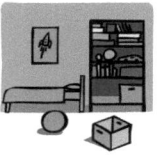

phòng trẻ em

cuarto de los chicos

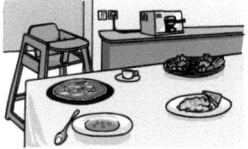

phòng ăn

comedor

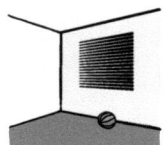

nền nhà

piso

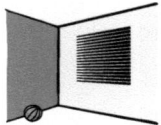

tường

pared

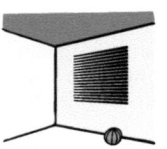

trần nhà

cielorraso

tầng hầm

sótano

tắm hơi

sauna

ban công

balcón

sân hiên

terraza

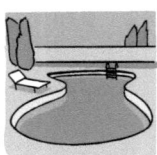

bể bơi

pileta

máy cắt cỏ

cortadora de pasto

khăn trải giường

sábana

khăn trải giường

acolchado

giường

cama

chổi

escoba

cái xô

balde

công tắc điện

interruptor

phòng khách
living

giấy dán tường
empapelado
hình ảnh
imagen
đèn
lámpara
cái kệ
estante
tủ
armario
ti vi
televisión
lò sưởi
chimenea
bông hoa
flor
gối
almohadón
ghế sofa
sofá
bình hoa
florero
điều khiển từ xa
control remoto

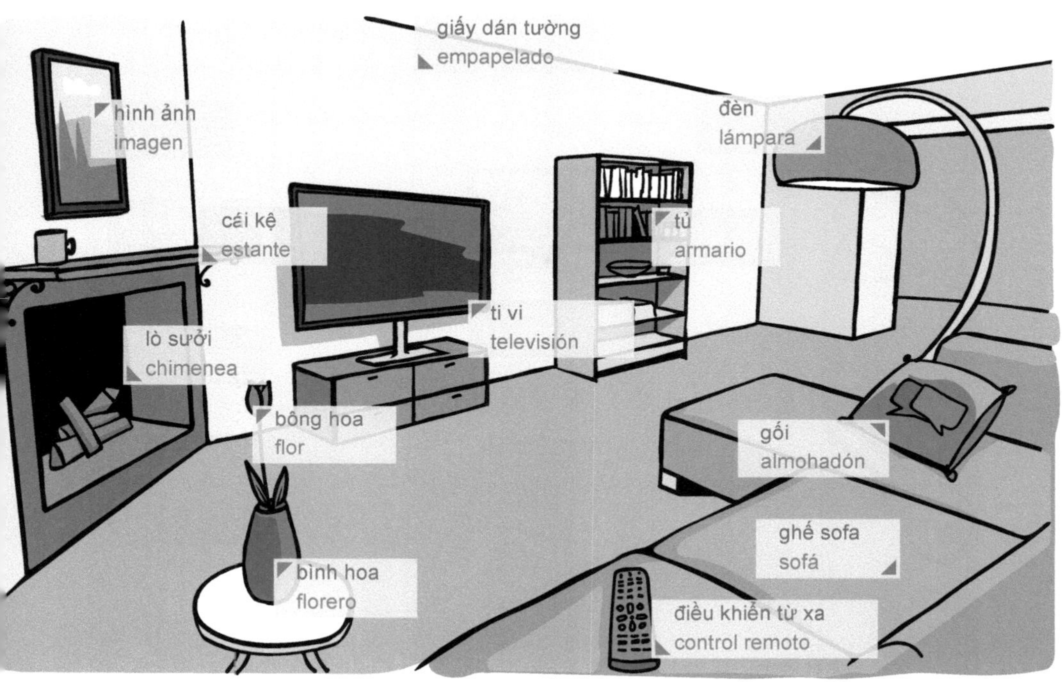

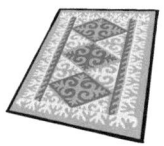

thảm

alfombra

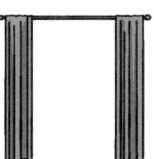

rèm

cortina

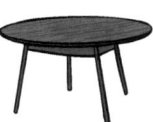

cái bàn

mesa

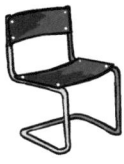

ghế

silla

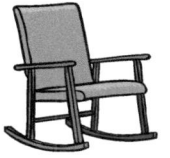

ghế bập bênh

mecedora

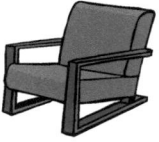

ghế bành

sillón

sách

libro

cái chăn

frazada

đồ trang trí

decoración

củi

leña

phim

película

máy hi-fi

equipo de música

chìa khóa

llave

báo

diario

bức tranh

pintura

áp phích

póster

radio

radio

sổ ghi chép

cuaderno

máy hút bụi

aspiradora

cây xương rồng

cactus

cây nến

vela

bếp
cocina

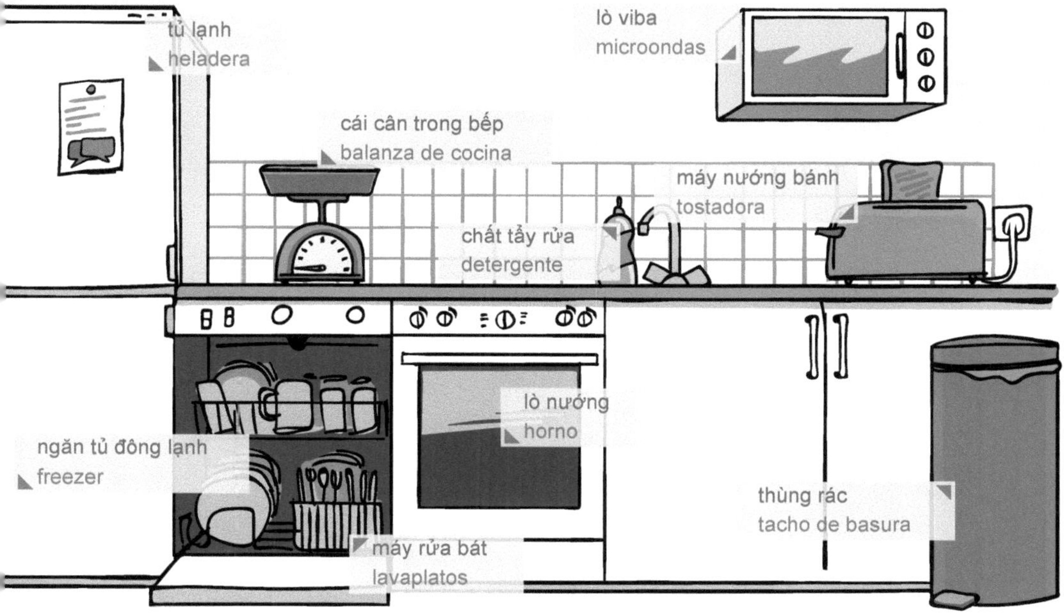

tủ lạnh
heladera
lò viba
microondas
cái cân trong bếp
balanza de cocina
máy nướng bánh
tostadora
chất tẩy rửa
detergente
lò nướng
horno
ngăn tủ đông lạnh
freezer
thùng rác
tacho de basura
máy rửa bát
lavaplatos

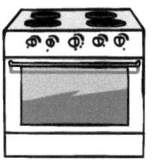

lò nấu

cocina

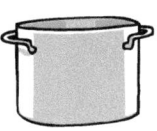

nồi

olla

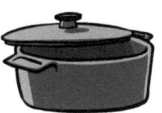

nồi sắt

olla de hierro fundido

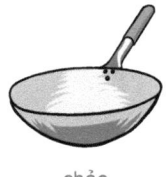

chảo

wok

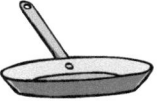

chảo

sartén

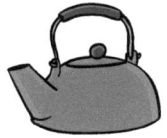

ấm đun nước

pava

nồi đun hơi

vaporera

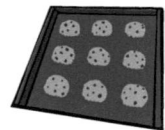

khay lò nướng

bandeja de horno

bát đĩa

vajilla

cốc

taza

cái bát

bol

đũa

palitos

cái vá

cucharón

bàn xẻng

estpátula

que đánh kem

batidora

rây dùng trong bếp

colador

cái rây lọc

colador

cái nạo

rallador

vữa

mortero

vỉ nướng

parrilla

ngọn lửa trần

fogata

cái thớt

tabla de picar

trục cán bột

palo de amasar

cái mở nút chai

sacacorchos

vỏ đồ hộp

lata

cái mở vỏ đồ hộp

abrelatas

miếng nhấc nồi

manopla

bồn rửa bát

pileta

bàn chải

cepillo

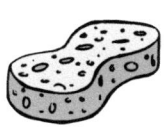

miếng xốp

esponja

máy xay

batidora

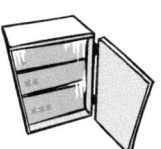

tủ đông lạnh

congelador

bình sữa cho trẻ sơ sinh

mamadera

vòi nước

canilla

phòng tắm
baño

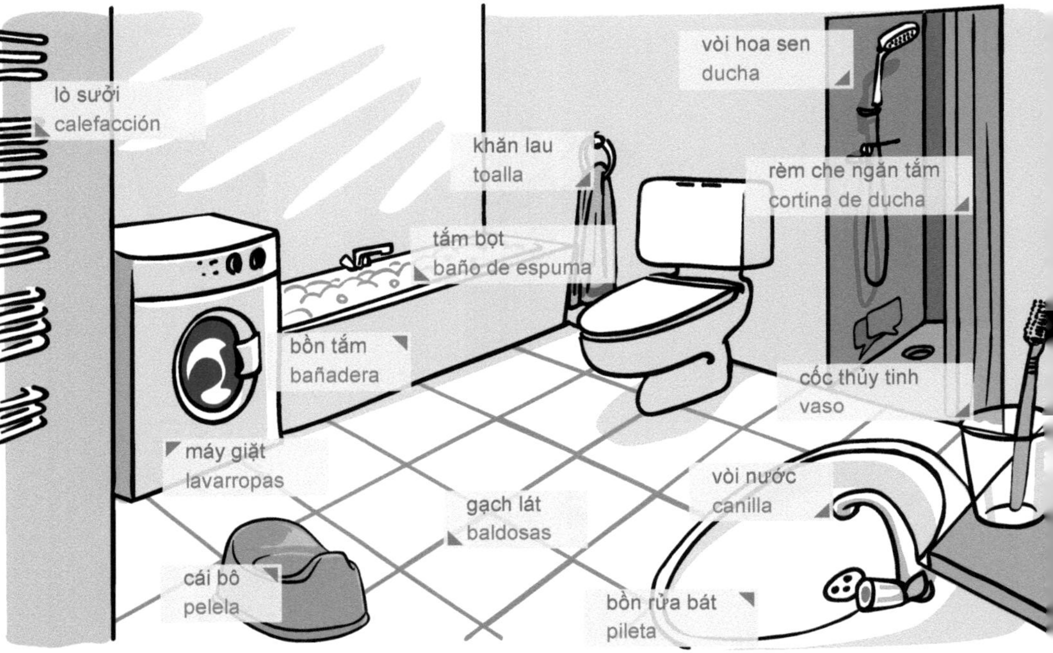

vòi hoa sen
ducha
lò sưởi
calefacción
khăn lau
toalla
rèm che ngăn tắm
cortina de ducha
tắm bọt
baño de espuma
bồn tắm
bañadera
cốc thủy tinh
vaso
máy giặt
lavarropas
vòi nước
canilla
gạch lát
baldosas
cái bô
pelela
bồn rửa bát
pileta

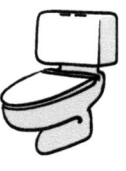

bồn cầu

inodoro

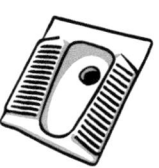

bồn cầu ngồi xổm

letrina

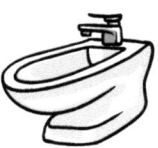

bồn rửa hậu môn

bidé

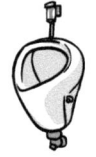

bồn tiểu tiện

mingitorio

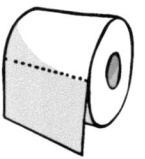

giấy vệ sinh

papel higiénico

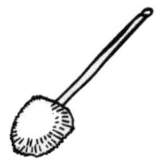

bàn chải cọ bồn cầu

cepillo para el inodoro

bàn chải đánh răng

cepillo de dientes

kem đánh răng

dentífrico

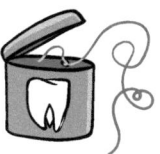

chỉ nha khoa

hilo dental

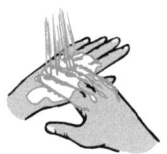

rửa

lavar

vòi sen cầm tay

ducha de mano

vòi rửa hậu môn

ducha higiénica

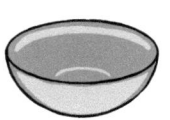

bồn rửa

palangana

bàn chải cọ lưng

cepillo para espalda

xà phòng

jabón

sữa tắm

gel de ducha

dầu gội

shampoo

khăn cọ để tắm

toallita

lỗ thoát nước

desagüe

kem

crema

chất khử mùi

desodorante

gương

espejo

gương tay

espejito

dao cạo râu

maquinita de afeitar

kem cạo râu

espuma de afeitar

nước thơm dùng sau khi
cạo râu

aftershave

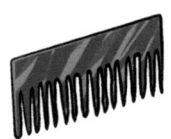

cái lược

peine

bàn chải

cepillo

máy xấy tóc

secador de pelo

keo xịt tóc

spray

đồ trang điểm

maquillaje

thỏi son môi

lápiz de labios

sơn bôi móng

esmalte para uñas

bông

algodón

kéo cắt móng

tijera para uñas

nước hoa

perfume

túi đựng đồ tắm

portacosméticos

ghế đẩu

banqueta

cái cân

balanza

áo choàng tắm

bata

găng tay làm vệ sinh

guantes de goma

nút gạc

tampón

băng vệ sinh

toallita femenina

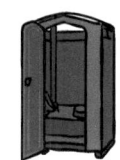

nhà vệ sinh hóa chất

baño químico

phòng trẻ em
cuarto de los chicos

đồng hồ báo thức
despertador
thú bông
peluche
xe đồ chơi
coche de juguete
cái lúc lắc
sonajero
nhà búp bê
casa de muñecas
món quà
regalo

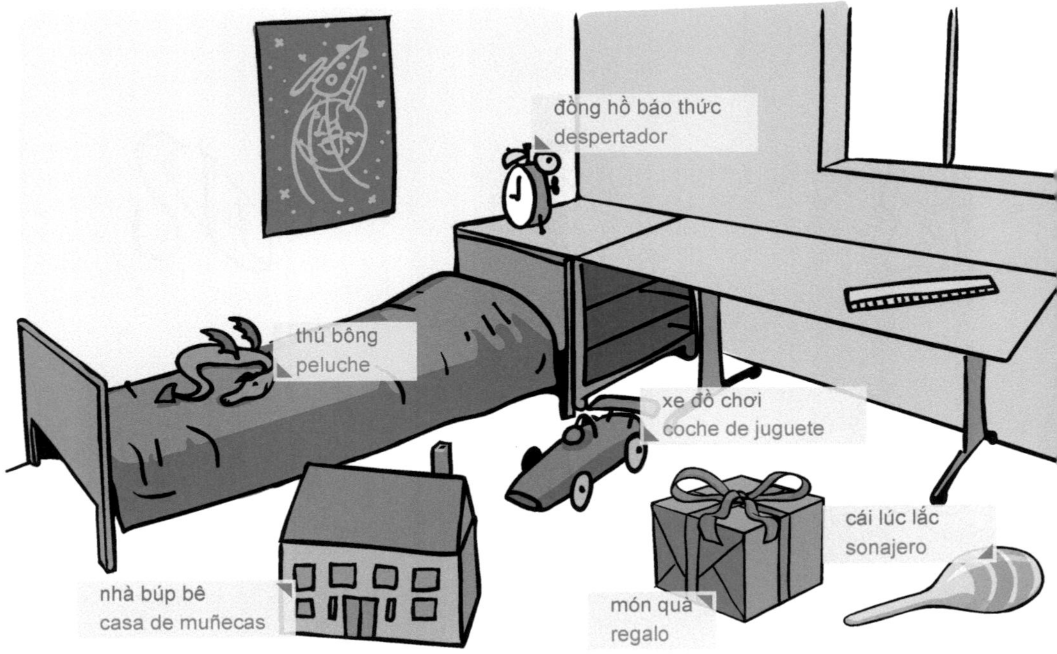

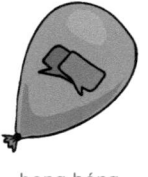

bong bóng

globo

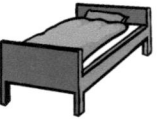

giường

cama

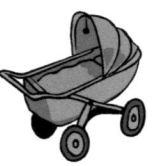

xe nôi

cochecito

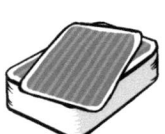

trò chơi bài

cartas

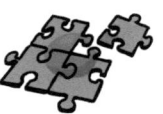

trò chơi ghép hình

rompecabezas

SUPER MEGA

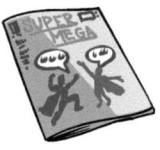

truyện tranh

historieta

gạch Lego

piezas de lego

khối xếp hình

ladrillos de juguete

nhân vật hành động

figura de acción

áo liền quần cho trẻ sơ sinh

enterito (de bebé)

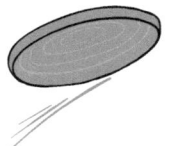

đĩa nhựa để ném

frisbee

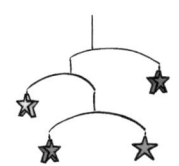

đồ chơi treo trên giường

móvil para bebés

trò chơi cờ bàn

juego de mesa

xúc xắc

dados

đồ chơi xe lửa mô hình

tren eléctrico

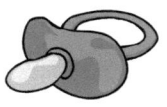

ti giả

chupete

buổi tiệc

fiesta

sách tranh

libro de cuentos ilustrado

quả bóng

pelota

búp bê

muñeca

chơi

jugar

hồ cát

arenero

cái đu

hamaca

đồ chơi

juguetes

máy chơi game cầm tay

consola de videojuegos

xe ba bánh

triciclo

gấu bông

osito de peluche

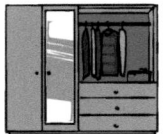

tủ quần áo

armario

y phục
ropa

bít tất

medias

bít tất dài

medias panty

quần tất

calzas

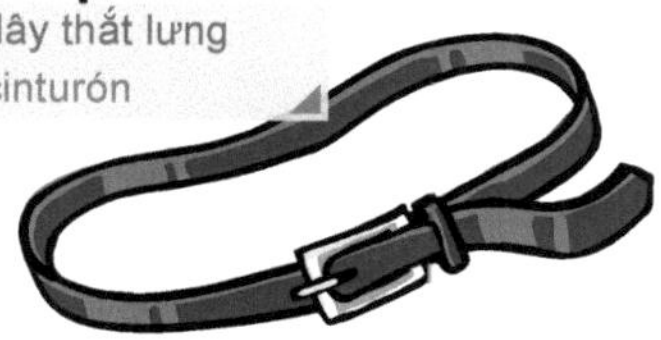

khăn choàng cổ
bufanda

ô che mưa
paraguas

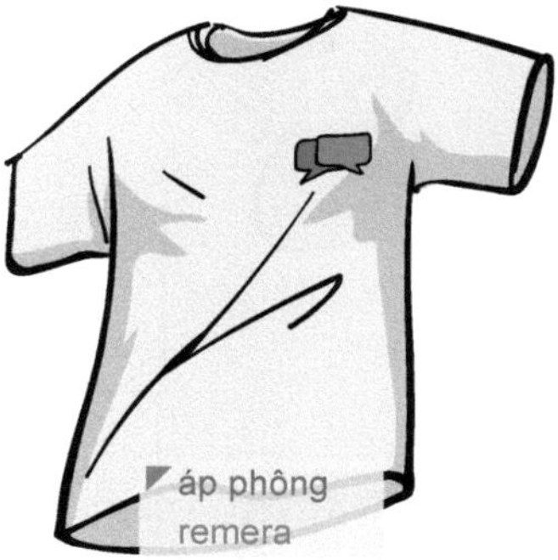

dây thắt lưng
cinturón

áp phông
remera

ủng
botas

dép đi trong nhà
pantuflas

giày sneaker
zapatillas

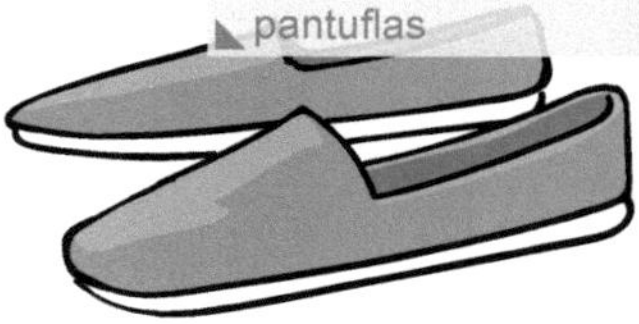

dép xăng đan
sandalias

giày
zapatos

ủng cao su
botas de goma

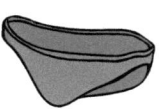

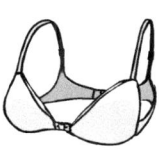

quần lót
ropa interior

áo ngực
corpiño

áo vest
chaleco

áo ôm sát cơ thể
......
body

quần dài
......
pantalones

quần bò
......
jeans

váy
......
pollera

áo cánh
......
blusa

áo sơ mi
......
camisa

áo len chui đầu
......
pulóver

áo len
......
buzo

áo blazer
......
blazer

áo jacket
......
campera

áo khoác
......
tapado

áo mưa
......
piloto

trang phục
......
traje

áo váy
......
vestido

áo cưới
......
vestido de novia

y phục - ropa

bộ com lê
traje

áo ngủ
camisón

pijama
pijama

trang phục sari
sari

khăn trùm đầu
pañuelo para cabeza

khăn đội đầu
turbante

áo burka
burka

áo captan
caftán

áo aba
abaya

quần áo bơi
traje de baño

quần bơi
short de baño

quần đùi
shorts

quần áo tracksuit
jogging

tạp dề
delantal

găng tay
guantes

cái cúc

botón

kính mắt

anteojos

vòng đeo tay

pulsera

vòng cổ

collar

nhẫn

anillo

hoa tai

aro

mũ lưỡi trai

gorra

cái mắc treo áo quần

percha

mũ

sombrero

cà vạt

corbata

dây kéo phéc mơ tuya

cierre

mũ bảo hiểm

casco

dây đeo quần

tiradores

đồng phục học sinh

uniforme escolar

đồng phục

uniforme

yếm trẻ em
babero

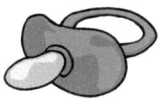

ti giả
chupete

tã lót
pañal

văn phòng
oficina

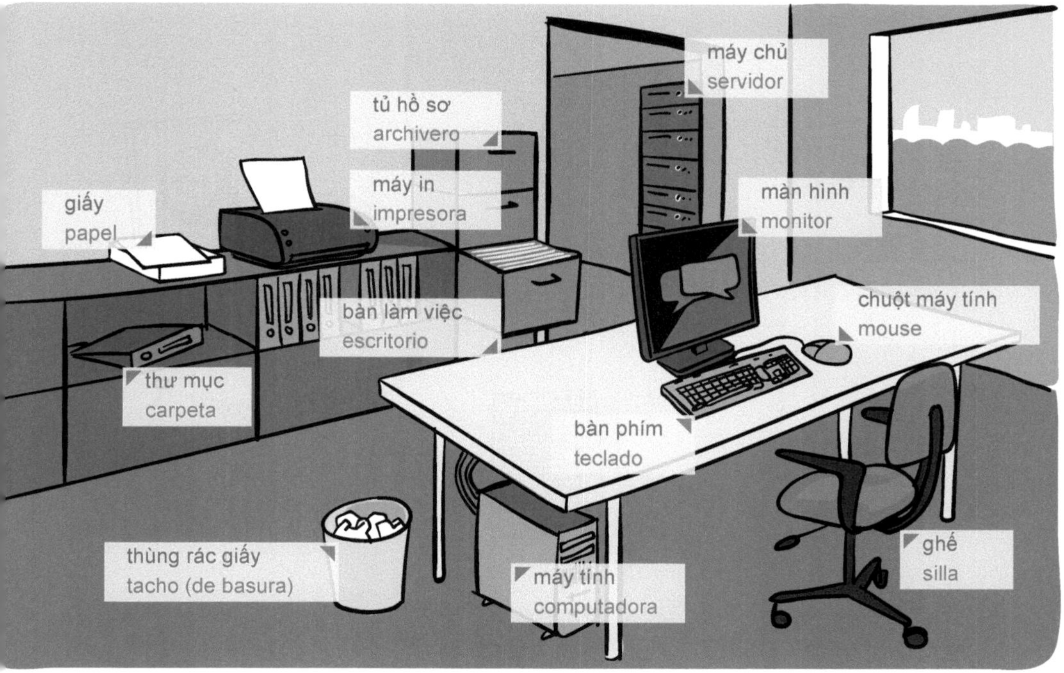

máy chủ
servidor

tủ hồ sơ
archivero

máy in
impresora

màn hình
monitor

giấy
papel

chuột máy tính
mouse

bàn làm việc
escritorio

thư mục
carpeta

bàn phím
teclado

thùng rác giấy
tacho (de basura)

ghế
silla

máy tính
computadora

cốc cà phê
taza de café

máy tính bỏ túi
calculadora

internet
internet

laptop
laptop

thư
carta

tin nhắn
mensaje

điện thoại di động
celular

mạng
red

máy photocopy
fotocopiadora

phần mềm
software

điện thoại
teléfono

ổ cắm điện
tomacorriente

máy fax
fax

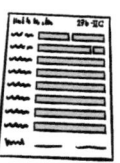

mẫu đơn
formulario

chứng từ
documento

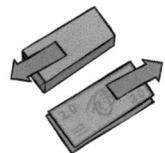

mua
comprar

trả tiền
pagar

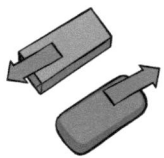

buôn bán
hacer negocios

tiền
dinero

đô la
dólar

Euro
euro

yên
yen

rúp
rublo

franc Thụy Sĩ
franco suizo

nhân dân tệ
yuan

rupi
rupia

máy rút tiền tự động
cajero automático

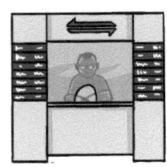

quầy đổi tiền

casa de cambio

vàng

oro

bạc

plata

dầu

petróleo

năng lượng

energía

giá tiền

precio

hợp đồng

contrato

thuế

impuesto

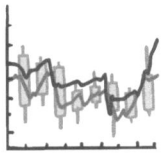

cổ phiếu

acción

làm việc

trabajar

nhân viên

empleado

chủ lao động

empleador

nhà máy

fábrica

cửa hiệu

negocio

nhân viên cảnh sát
policía

lính cứu hỏa
bombero

đầu bếp
cocinero

bác sĩ
médico

phi công
piloto

người làm vườn
jardinero

thợ mộc
carpintero

thợ may
modista

chánh án
juez

nhà hóa học
farmacéutico

diễn viên
actor

tài xế xe buýt

colectivero

người lái taxi

taxista

ngư dân

pescador

người lau dọn vệ sinh

mucama

thợ lợp mái nhà

techista

bồi bàn

mozo

thợ săn

cazador

họa sĩ

pintor

thợ làm bánh

panadero

thợ điện

electricista

thợ xây dựng

albañil

kỹ sư

ingeniero

người hàng thịt

carnicero

thợ sửa ống nước

plomero

người đưa thư

cartero

người lính

soldado

kiến trúc sư

arquitecto

nhân viên thu ngân

cajero

người bán hoa

florista

thợ cắt tóc

peluquero

nhân viên soát vé

cobrador

thợ cơ khí

mecánico

thuyền trưởng

capitán

nha sĩ

dentista

nhà khoa học

científico

giáo sĩ Do thái

rabino

lãnh tụ Hồi giáo

imán

nhà sư

monje

mục sư

sacerdote

dụng cụ
herramientas

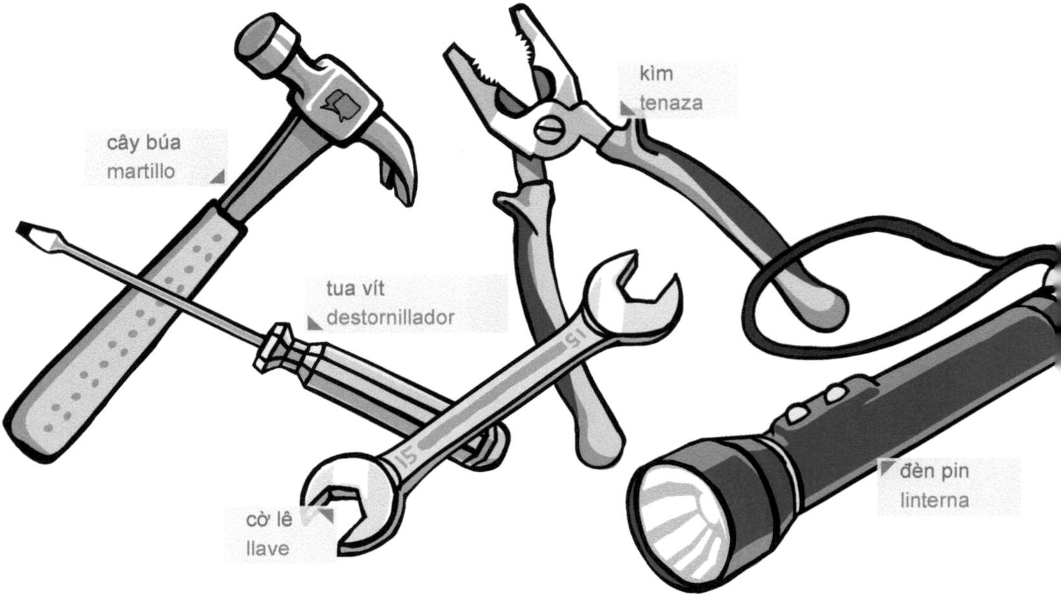
cây búa
martillo
kìm
tenaza
tua vít
destornillador
cờ lê
llave
đèn pin
linterna

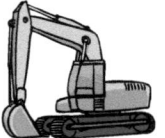

máy xúc đất

excavadora

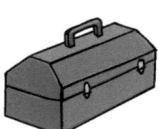

hộp dụng cụ

caja de herramientas

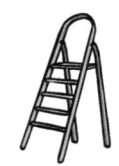

cái thang

escalera portátil

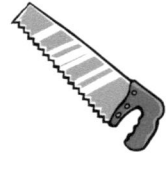

cưa

sierra

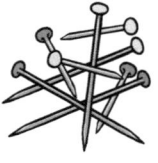

đinh

clavos

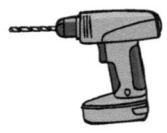

máy khoan

taladro

sửa chữa

arreglar

cái xẻng

pala de jardín

khốn nạn!

¡Qué bronca!

cái hót rác

pala de plástico

thùng sơn

tacho de pintura

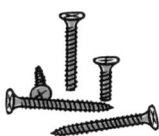

vít

tornillos

nhạc cụ
instrumentos musicales

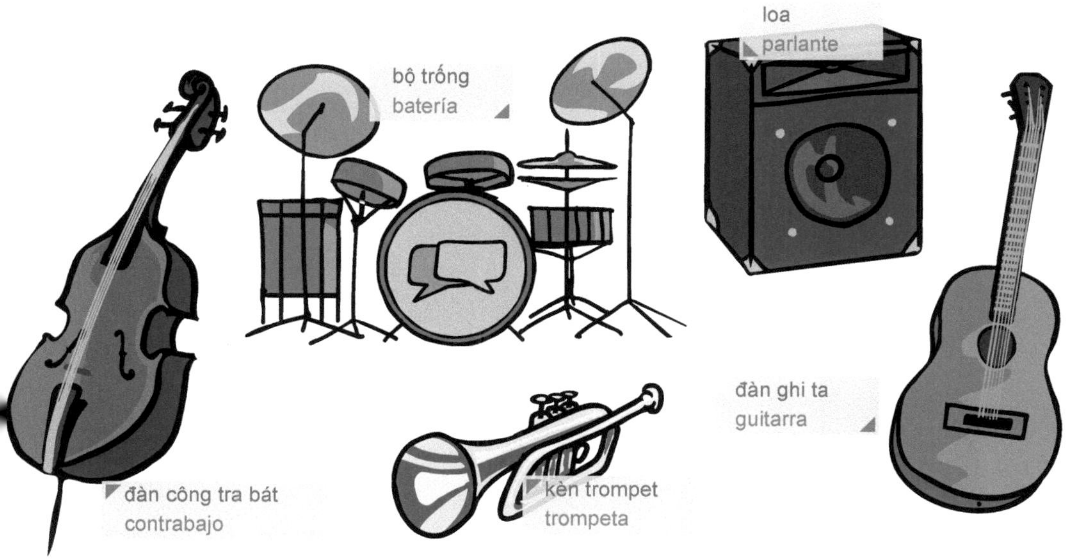

loa
parlante

bộ trống
batería

đàn ghi ta
guitarra

đàn công tra bát
contrabajo

kèn trompet
trompeta

đàn piano

piano

đàn vĩ cầm

violín

ghi ta bass

bajo

trống định âm

timbales

trống

tambor

đàn organ

teclado

kèn Saxophone

saxofón

sáo

flauta

micro

micrófono

vườn bách thú

zoológico

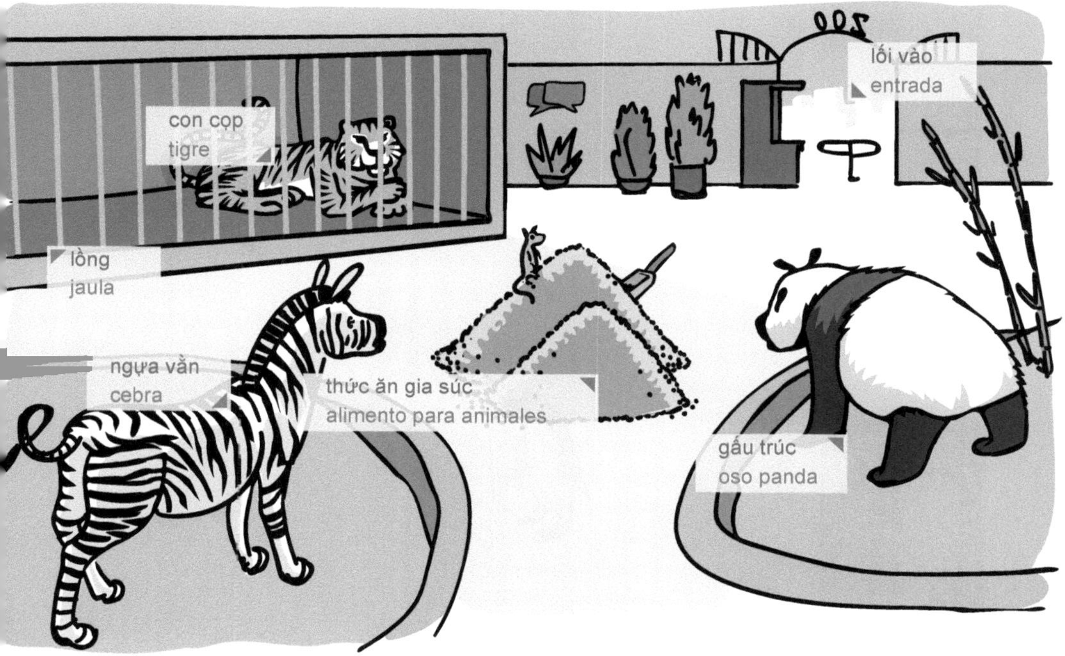

lối vào
entrada
con cọp
tigre
lồng
jaula
ngựa vằn
cebra
thức ăn gia súc
alimento para animales
gấu trúc
oso panda

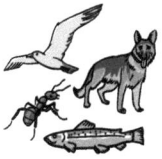

động vật

animales

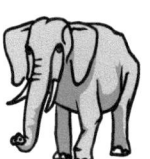

con voi

elefante

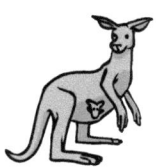

chuột túi

canguro

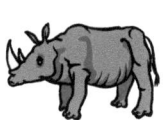

tê giác

rinoceronte

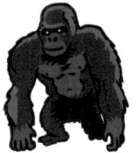

khỉ đột

gorila

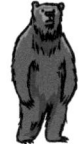

con gấu

oso

lạc đà
camello

đà điểu
avestruz

sư tử
león

con khỉ
mono

hồng hạc
flamenco

con vẹt
loro

gấu bắc cực
oso polar

chim cánh cụt
pingüino

cá mập
tiburón

con công
pavo real

con rắn
serpiente

cá sấu
cocodrilo

người trông giữ vườn bách
thú
cuidador del zoológico

hải cẩu
foca

báo đốm
jaguar

ngựa lùn

poni

con báo

leopardo

hà mã

hipopótamo

hươu cao cổ

jirafa

đại bàng

águila

heo rừng

jabalí

cá

pescado

con rùa

tortuga

hải mã

morsa

con cáo

zorro

linh dương

gacela

thể thao
deportes

bóng bầu dục Mỹ
fútbol americano

đua xe đạp
ciclismo

quần vợt
tenis

bóng rổ
básquet

bơi
natación

đấm bốc
boxeo

khúc côn cầu trên băng
hockey sobre hielo

bóng đá
fútbol

cầu lông
bádminton

điền kinh
atletismo

bóng ném
handball

trượt tuyết
esquí

polo
polo

các hoạt động

actividades

nhảy
saltar
ca hát
cantar
ôm
abrazar
cười
reír
đi bộ
caminar
mơ
soñar
cầu nguyện
rezar
hôn
besar

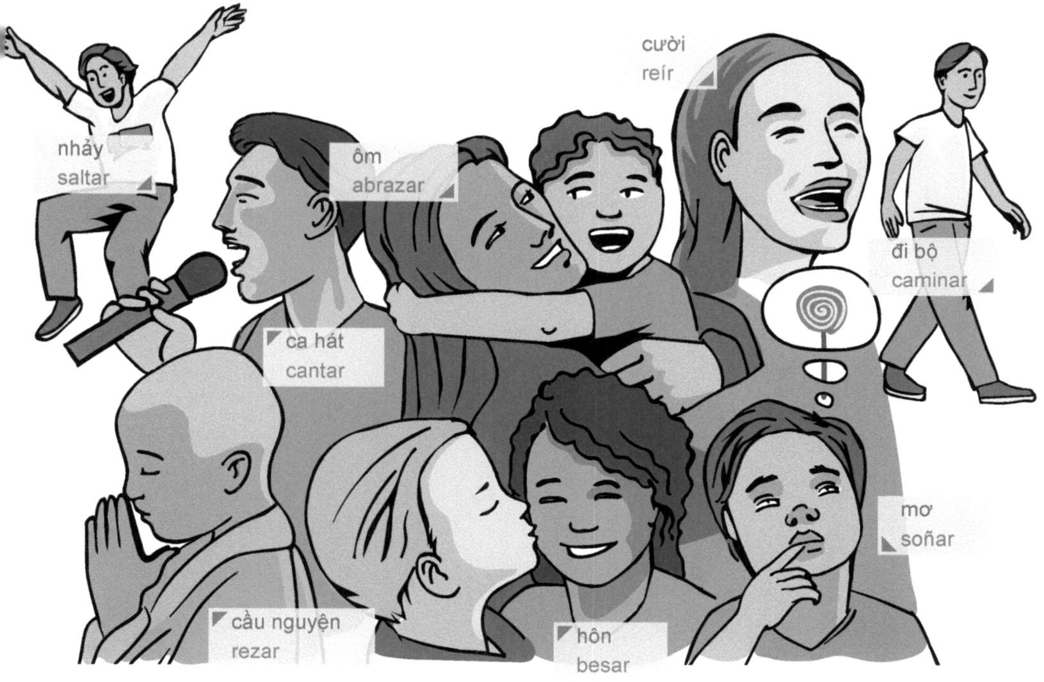

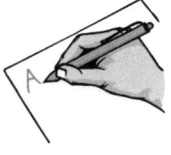

viết
escribir

vẽ
dibujar

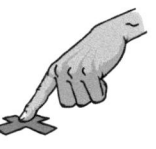

chỉ trỏ
mostrar

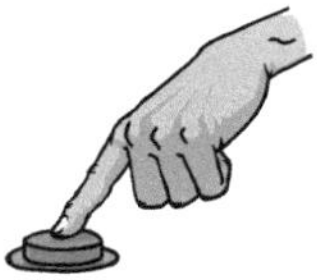

đẩy
presionar

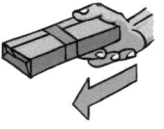

cho
dar

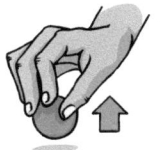

lấy đi
tomar

có

tener

làm

hacer

thì / là

ser

đứng

estar parado

chạy

correr

kéo

tirar

ném

tirar

rơi

caer

nằm

estar acostado

chờ đợi

esperar

mang vác

llevar

ngồi

estar sentado

mặc quần áo

vestirse

ngủ

dormir

thức dậy

despertar

xem

mirar

khóc

llorar

vuốt ve

acariciar

chải

peinar

nói chuyện

hablar

hiểu

entender

câu hỏi

preguntar

nghe

escuchar

uống

beber

ăn

comer

dọn dẹp

ordenar

yêu

amar

nấu nướng

cocinar

lái xe

manejar

bay

volar

đi thuyền buồm
navegar

tính toán
calcular

đọc
leer

học
aprender

làm việc
trabajar

cưới
casarse

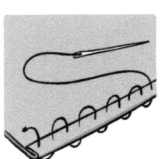

khâu vá
coser

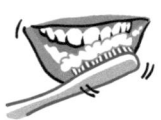

đánh răng
cepillarse los dientes

giết
matar

hút thuốc
fumar

gửi đi
enviar

à nội (ngoại)
buela

ông nội (ngoại)
abuelo

cha
padre

mẹ
madre

trẻ con
bebé

con gái
hija

con trai
hijo

khách
invitado

cô (dì)
tía

chú, bác (cậu)
tío

anh (em) trai
hermano

chị (em) gái
hermana

cơ thể

cuerpo

trán
frente
mắt
ojo
vai
hombro
ngón tay
dedo
mặt
cara
cằm
pera
bàn tay
mano
chân
pierna
ngực
pecho
cánh tay
brazo

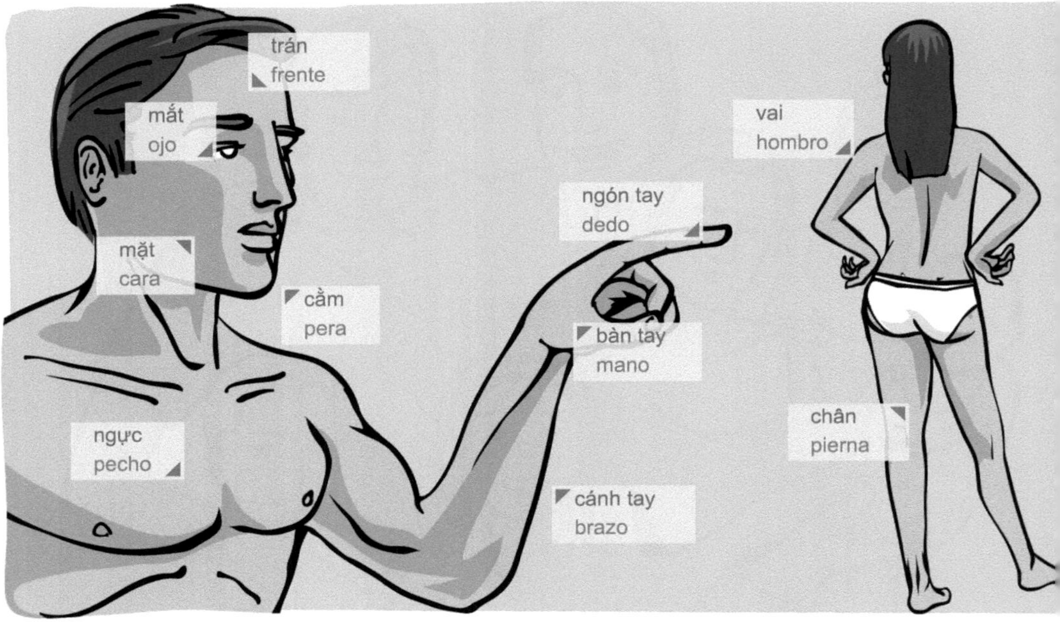

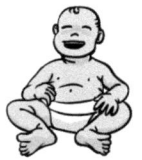

trẻ con

bebé

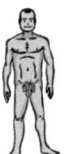

đàn ông

hombre

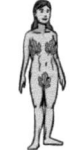

phụ nữ

mujer

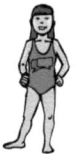

bé gái

nena

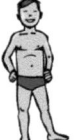

bé trai

nene

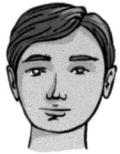

đầu

cabeza

lưng

espalda

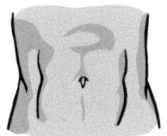

bụng

panza

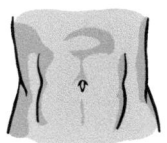

rốn

ombligo

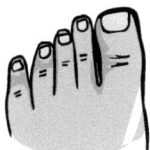

ngón chân

dedo del pie

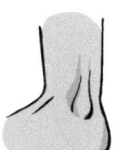

gót chân

talón

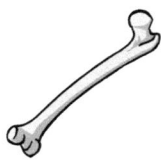

xương

hueso

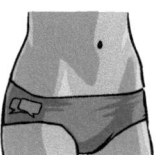

hông

cadera

đầu gối

rodilla

khuỷu tay

codo

mũi

nariz

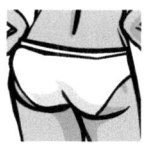

mông

cola

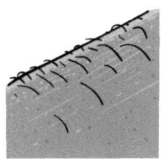

da

piel

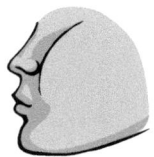

má

cachete

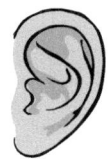

tai

oreja

môi

labio

cơ thể - cuerpo

69

miệng

boca

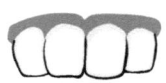

răng

diente

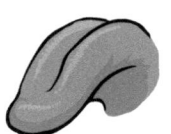

lưỡi

lengua

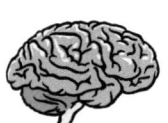

não

cerebro

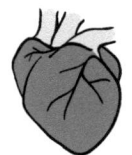

tim

corazón

cơ bắp

músculo

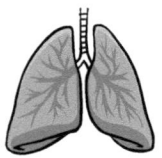

phổi

pulmón

gan

hígado

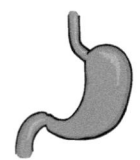

dạ dày

estómago

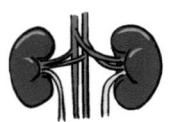

thận

riñones

giao hợp

sexo

bao cao su

preservativo

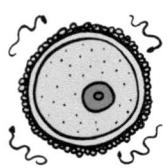

noãn

óvulo

tinh dịch

semen

mang thai

embarazo

cơ thể - cuerpo

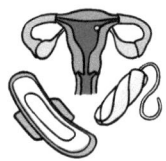

kinh nguyệt

menstruación

âm vật

vagina

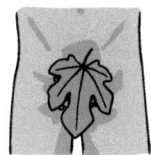

dương vật

pene

lông mày

ceja

tóc

pelo

cổ

cuello

bệnh viện
hospital

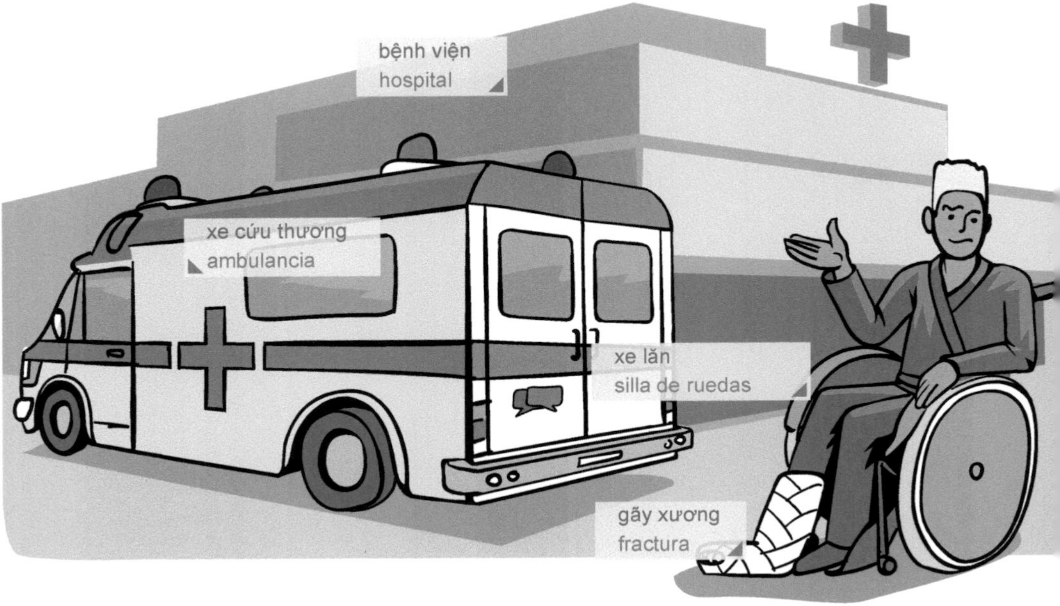

bệnh viện
hospital
xe cứu thương
ambulancia
xe lăn
silla de ruedas
gãy xương
fractura

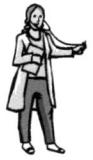

bác sĩ

médico

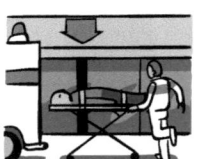

phòng cấp cứu

sala de guardia

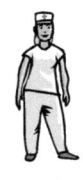

y tá

enfermera

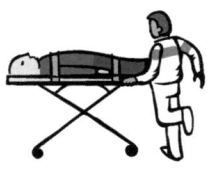

cấp cứu

emergencia

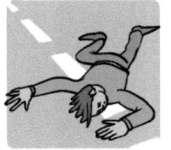

bất tỉnh

inconsciente

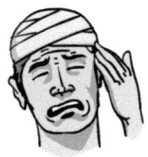

cơn đau

dolor

bị thương

lesión

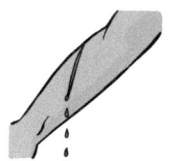

chảy máu

hemorragia

nhồi máu cơ tim

infarto

đột quỵ

ACV

dị ứng

alergia

ho

tos

sốt

fiebre

cúm

gripe

tiêu chảy

diarrea

đau đầu

dolor de cabeza

ung thư

cáncer

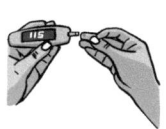

bệnh tiểu đường

diabetes

bác sĩ phẫu thuật

cirujano

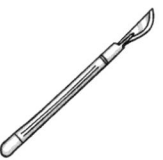

dao mổ

bisturí

giải phẫu

operación

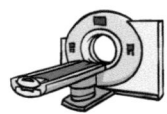

chụp cắt lớp

TC

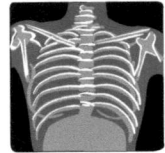

chụp x-quang

rayos x

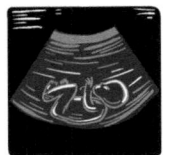

siêu âm

ecografía

mặt nạ

barbijo

bệnh

enfermedad

phòng đợi

sala de espera

cái nạng

muleta

băng dán vết thương

curita

băng bó

venda

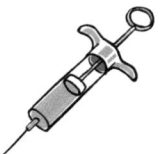

tiêm thuốc

inyección

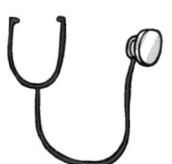

ống nghe khám bệnh

estetoscopio

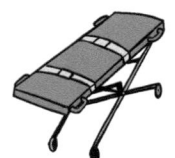

băng ca

camilla

nhiệt kế

termómetro

sinh đẻ

nacimiento

thừa cân

sobrepeso

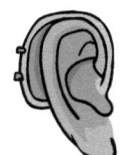

máy trợ thính

audífono

chất khử trùng

desinfectante

nhiễm trùng

infección

vi rút

virus

HIV / AIDS

VIH / SIDA

thuốc

remedio

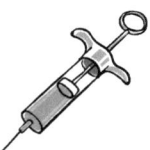

tiêm chủng

vacunación

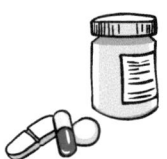

thuốc viên

comprimidos

viên thuốc

pastilla anticonceptiva

gọi cấp cứu

llamada de emergencia

máy đo huyết áp

tensiómetro

bệnh / khỏe mạnh

enfermo / sano

cứu!
¡Ayuda!

báo động
alarma

cuộc đột kích
agresión

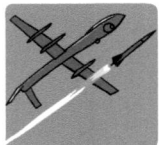

sự tấn công
ataque

mối nguy hiểm
peligro

lối thoát hiểm
salida de emergencia

cháy!
¡Fuego!

bình chữa cháy
matafuego

tai nạn
accidente

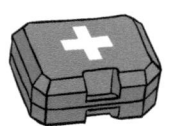

bộ dụng cụ sơ cứu
botiquín de primeros
auxilios

SOS
SOS

cảnh sát
policía

châu Âu

Europa

Bắc Mỹ

América del Norte

Nam Mỹ

América del Sur

châu Phi

África

châu Á

Asia

châu Úc

Australia

Đại Tây Dương

Atlántico

Thái Bình Dương

Pacífico

Ấn Độ Dương

Océano Índico

Nam Cực Dương

Océano Antártico

Bắc Băng Dương

Océano Ártico

bắc cực

polo norte

nam cực

polo sur

nam cực

Antártida

trái đất

Tierra

đất liền

tierra

biển

mar

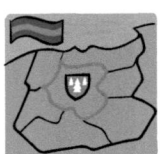

đảo

isla

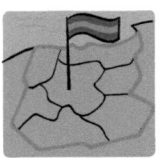

quốc gia

nación

nhà nước

estado

mặt đồng hồ

esfera

kim chỉ giờ

manecilla de las horas

kim chỉ phút

minutero

kim chỉ giây

segundero

Bây giờ là mấy giờ?

¿Qué hora es?

ngày

día

thời gian

hora

bây giờ

ahora

đồng hồ điện tử

reloj digital

phút

minuto

giờ

hora

tuần lễ
semana

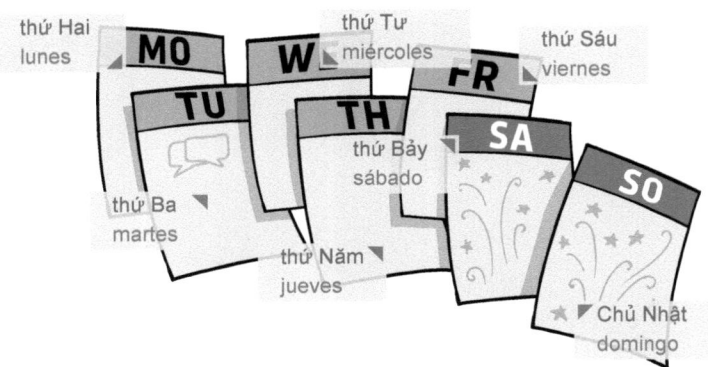

thứ Hai / lunes
thứ Ba / martes
thứ Tư / miércoles
thứ Năm / jueves
thứ Sáu / viernes
thứ Bảy / sábado
Chủ Nhật / domingo

hôm qua
ayer

hôm nay
hoy

ngày mai
mañana

buổi sáng
mañana

buổi trưa
mediodía

buổi tối
tarde

MO	TU	WE	TH	FR	SA	SU
1	2	3	4	5	6	7
8	9	10	11	12	13	14
15	16	17	18	19	20	21
22	23	24	25	26	27	28
29	30	31	1	2	3	4

ngày làm việc
días hábiles

MO	TU	WE	TH	FR	SA	SU
1	2	3	4	5	6	7
8	9	10	11	12	13	14
15	16	17	18	19	20	21
22	23	24	25	26	27	28
29	30	31	1	2	3	4

cuối tuần
fin de semana

năm
año

mưa
lluvia
cầu vồng
arco iris
gió
viento
tuyết
nieve
mùa xuân
primavera
mùa hè
verano
mùa thu
otoño
mùa đông
invierno

4.APRIL 11°
5.APRIL 4°
6.APRIL 13°
7.APRIL 8°
8.APRIL 10°

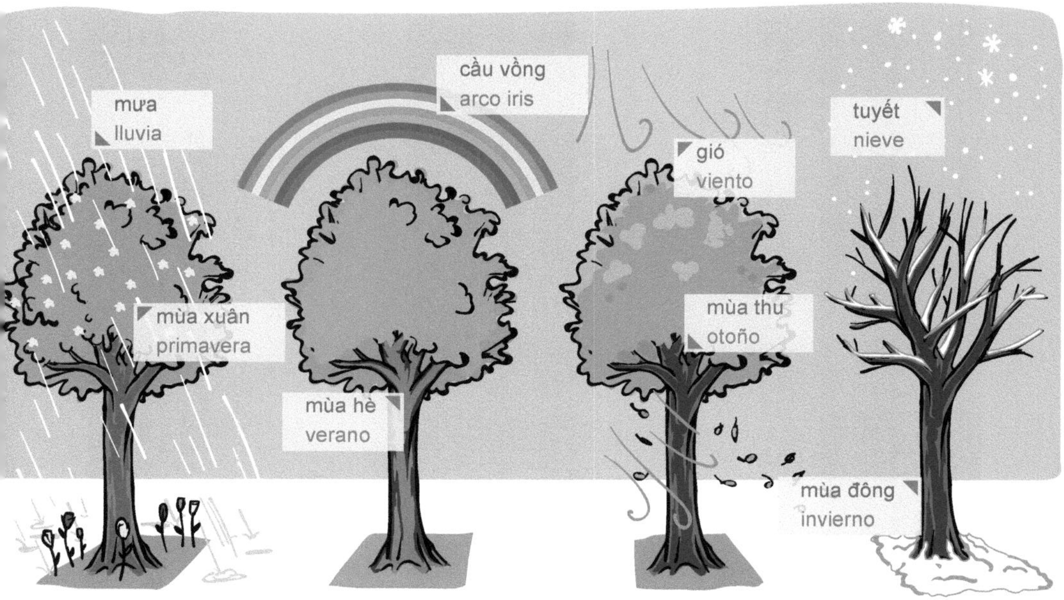

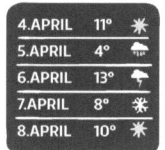

dự báo thời tiết

pronóstico meteorológico

F C
120 40
90 30
60 20
30 10
0 0
-30 -10
-20

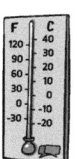

nhiệt kế

termómetro

ánh nắng

luz del sol

mây

nube

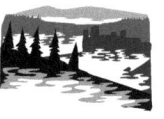

sương mù

niebla

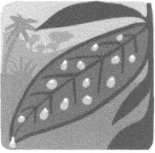

độ ẩm không khí

humedad

tia chớp

rayo

sấm sét

trueno

cơn bão

tormenta

mưa đá

granizo

gió mùa

monzón

lũ lụt

inundación

nước đá

hielo

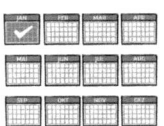

tháng Một

enero

tháng Hai

febrero

tháng Ba

marzo

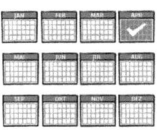

tháng Tư

abril

tháng Năm

mayo

tháng Sáu

junio

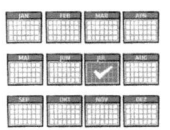

tháng Bảy

julio

tháng Tám

agosto

tháng Chín

septiembre

tháng Mười

octubre

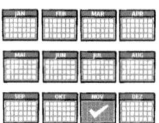

tháng Mười Một

noviembre

tháng Mười Hai

diciembre

hình dạng
formas

hình tròn

círculo

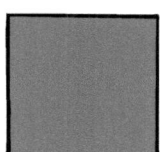

hình vuông

cuadrado

hình chữ nhật

rectángulo

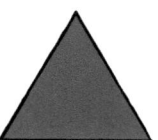

hình tam giác

triángulo

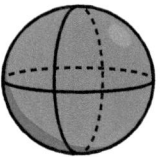

hình cầu

esfera

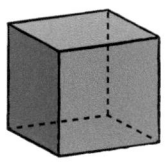

khối vuông

cubo

màu sắc
colores

màu trắng

blanco

màu vàng

amarillo

màu cam

naranja

màu hồng

rosa

màu đỏ

rojo

màu tím

violeta

màu xanh dương

azul

màu xanh lá cây

verde

màu nâu

marrón

màu xám

gris

màu đen

negro

nhiều / ít

mucho / poco

tức tối / điềm tĩnh

enojado / tranquilo

xinh đẹp / xấu xí

lindo / feo

bắt đầu / kết thúc

principio / fin

to / nhỏ

grande / chico

sáng / tối

claro / oscuro

anh (em) trai / chị (em) gái

hermano / hermana

sạch / bẩn

limpio / sucio

đủ / thiếu

completo / incompleto

ngày / đêm

día / noche

chết / sống

muerto / vivo

rộng / chật hẹp

ancho / angosto

ăn được / không ăn được

comestible / no comestible

ác / tử tế

malo / amable

hào hứng / chán nản

entusiasmado / aburrido

béo / gầy

gordo / flaco

đầu tiên / cuối cùng

primero / último

bạn / thù

amigo / enemigo

đầy / rỗng

lleno / vacío

cứng / mềm

duro / blando

nặng / nhẹ

pesado / liviano

đói / khát

hambre / sed

bệnh / khỏe mạnh

enfermo / sano

bất hợp pháp / hợp pháp

ilegal / legal

thông minh / ngu

inteligente / estúpido

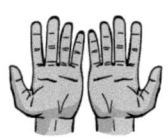

trái / phải

izquierda / derecha

gần / xa

cerca / lejos

mới / cũ

nuevo / usado

không có gì cả / có cái gì đó

nada / algo

già / trẻ

viejo / joven

bật / tắc

encendido / apagado

mở / đóng

abierto / cerrado

im lặng / ồn ào

silencioso / ruidoso

giàu / nghèo

rico / pobre

đúng / sai

correcto / incorrecto

sần sùi / mịn màng

áspero / suave

buồn / vui

triste / contento

ngắn / dài

corto / largo

chậm / nhanh

lento / rápido

ẩm ướt / khô ráo

mojado / seco

ấm áp / mát mẻ

caliente / frío

chiến tranh / hòa bình

guerra / paz

đối lập - opuestos

0

số không

cero

1

một

uno

2

hai

dos

3

ba

tres

4

bốn

cuatro

5

năm

cinco

6

sáu

seis

7

bảy

siete

8

tám

ocho

9

chín

nueve

10

mười

diez

11

mười một

once

12

mười hai

doce

13

mười ba

trece

14

mười bốn

catorce

15

mười lăm

quince

16

mười sáu

dieciséis

17

mười bảy

diecisiete

18

mười tám

dieciocho

19

mười chín

diecinueve

20

hai mươi

veinte

100

một trăm

cien

1.000

một ngàn

mil

1.000.000

một triệu

millón

tiếng Anh

inglés

tiếng Anh Mỹ

inglés americano

tiếng Quan Thoại

chino mandarín

tiếng Hin-di

hindi

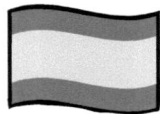

tiếng Tây Ban Nha

español

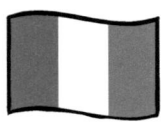

tiếng Pháp

francés

tiếng Ả-rập

árabe

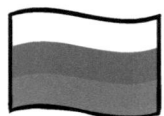

tiếng Nga

ruso

tiếng Bồ Đào Nha

portugués

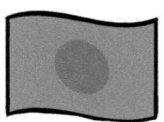

tiếng Bengal

bengalí

tiếng Đức

alemán

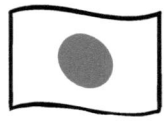

tiếng Nhật

japonés

tôi

yo

bạn

vos

anh ta / cô ta / nó

él / ella

chúng tôi

nosotros

các bạn

ustedes

họ

ellos

ai?

¿quién?

cái gì?

¿qué?

như thế nào?

¿cómo?

ở đâu?

¿dónde?

lúc nào?

¿cuándo?

tên

nombre

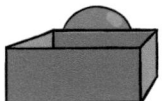

phía sau

detrás

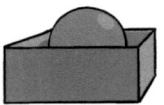

ở trong

en

phía trước

adelante de

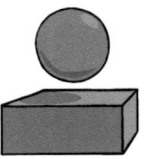

phía trên

por encima de

ở trên

sobre

ở dưới

debajo de

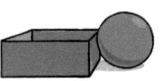

bên cạnh

al lado de

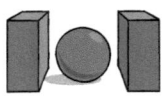

ở giữa

entre

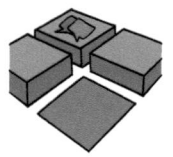

chỗ

lugar